Dedicated to Liam, Mugen & Willow

Translation Copyright © 2015 by Babl Books, Inc. Boston, MA
Text Copyright © 2013 William Heimbach
Artwork Copyright © 2013 Angelina Tolentino

First Printing, 2013, My Digital Landscape

mydigitallandscape.com | awhalewhodreamtofasnail.com

www.bablbooks.com

ISBN 978-1-68304-043-9

A Whale
Who Dreamt
of a Snail

Giấc Mơ
Của Cá Voi Về
Chú Ốc Sên

Written by William Heimbach

Illustrated by Angelina Tolentino

When I was little,
I had a dream.

Khi còn nhỏ,
mình có một giấc mơ.

I dreamt of hidden streams flowing
through sunlit valleys
until they reached the blue ocean.

Mình mơ thấy những mạch nước
ngầm chảy xuyên qua những thung lũng ngập
tràn ánh nắng cho đến khi chúng hòa vào biển xanh.

In these blue oceans,
shiny fish glowed
bright as they splashed.

*Dưới làn nước xanh thẳm của đại dương,
những chú cá với lớp vảy lấp lánh ánh lên rực
rỡ khi chúng tung mình lên trên mặt nước.*

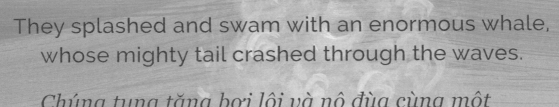

They splashed and swam with an enormous whale,
whose mighty tail crashed through the waves.

*Chúng tung tăng bơi lội và nô đùa cùng một
chú cá voi khổng lồ, với cái đuôi vĩ đại vỗ mạnh
vào những con sóng.*

but dreamt of a hot desert filled with red sand.

Cá voi yêu biển cả,
nhưng chú lại mơ ước về một sa mạc
đầy cát đỏ nóng rực.

In the red sand that glimmered with sunlight,
there lived a special snail.
The shell of this snail was violet, green, yellow, silver,
and every color in between.

Ở bãi cát đỏ chói chang ánh mặt trời ấy,
có một chú ốc sên đặc biệt sinh sống.
Lớp vỏ của chú lóng lánh đầy sắc màu, nào màu tím,
nào màu xanh, màu vàng, màu ánh bạc vô cùng vui mắt.

The snail loved the desert,
but dreamt of forests filled with fresh dew.

*Tuy yêu sa mạc, nhưng chú ốc
sên vẫn mơ về những cánh rừng phủ đầy sương sớm.*

In the forests, hummingbirds buzzed and drank from lovely pink flowers.

Trong khu rừng, những chú chim ruồi bay vo ve và say sưa hút mật từ những nụ hoa hồng đáng yêu.

The hummingbirds loved the green forest
but dreamt of snow so white that the black night
would shimmer from its glow.

*Các chú chim ruồi yêu màu xanh
của rừng già, nhưng lại mơ về những bông
tuyết trắng khiến màn
đêm bừng sáng.*

And where the moon shone on the fresh snow,
a mouse stirred underneath it.
She dug a burrow, groomed her fur,
and curled up in her warm bed.

Và dưới ánh sáng phản chiếu của mặt trăng
trên làn tuyết, một con chuột đang cựa quậy bên dưới.
Cô nàng đào một chiếc hang, chải lại
bộ lông và cuộn mình trên chiếc giường ấm áp.

The winter mouse loved her cozy snow,
but dreamt of a tiny cabin
to rest her head.

*Nàng chuột mùa đông vẫn thích những
bông tuyết rực rỡ, nhưng vẫn mơ về một ngôi nhà nhỏ
- nơi cô có thể nghỉ ngơi thư giãn.*

In the cabin was a sleeping child.
It was me, warm and happy, dreaming of all my friends
who dreamt in far off places.

Trong căn nhà gỗ ấy, có một cậu bé đang ngủ. Cậu bé
ấy là mình, ấm áp và hạnh phúc, đang mơ về các bạn mình
- những người cũng đang nằm mơ ở nơi xa xôi nào đó

Made in the USA
San Bernardino, CA
08 April 2016